கல்லுக்குத் திரும்பு

(பதிகங்களும் அந்தாதியும்)

கல்லுக்குத் திரும்பு அம்மை

(பதிகங்களும் அந்தாதியும்)

ஆசை

எழுத்து
பிரசுரம்

Title: Kallukkuth Thirumbu Ammai
Author's Name: Asai

Published by Ezutthu Prachuram

Ezutthu Prachuram
(An imprint of Zero Degree Publishing)
No.75 & 76, I Floor, Kuppusamy Street,
Balaji Nagar, Padi,
Chennai - 600050

Website: www.zerodegreepublishing.com
E Mail id: zerodegreepublishing@gmail.com
Phone: 89250 61999

Ezutthu Prachuram First Edition : December 2025

ISBN :978-93-48439-83-3

TITLE NO EP : 609

Rs. 120/-

Layout: G.Selvakumar
Cover Design:Negizhan
Printed at Rathna Offset, Chennai, India

மொழிபெயர்ப்பாளர் ஜி.குப்புசாமிக்கு

முன்னுரை

மண்ணில் நல்லவண்ணம் வாழலாம்

துருக்கியின் கிழக்குப் பகுதியில் உள்ள கார்ஸ் எனும் நகரத்தில் கி.பி. 10ஆம் நூற்றாண்டின் மத்தியில் அர்மீனிய மன்னர் பக்ராடிட் என்பவரால் கட்டப்பட்ட அர்மீனிய அப்போஸ்தலிக் தேவாலயம் ஒன்றுள்ளது. இது பிற்காலத்தில் ரஷ்ய படையெடுப்பில் ரஷ்ய ஆர்த்தடாக்ஸ் சர்ச்சாகவும் அதன் பின்னர் அர்மீனிய கதீட்ரலாகவும் மாற்றப்பட்டது. தற்போது துருக்கி வசமிருந்து மசூதியாக இருந்துவருகிறது. பல்வேறு போர்களால் பாதிப்புக்குள்ளாகிய, பனி படர்ந்த சிதிலமடைந்த பகுதி இது. வரலாறு பல்வேறு விதமாக மாறினாலும் இந்த தேவாலயம் இன்னும் அதன் பொலிவு குன்றாமல் உள்ளது. இந்த தேவாலயத்தின் ஆன்மா, அந்த நகரின் வரலாற்றுடனும், அந்நகரில் வசிக்கும் மனிதர்களுடனும் உள்ளும் புறமுமாகத் தன்னைத் தகவமைத்துக்கொண்டே வந்துள்ளது. பல்வேறு போர்களுக்கிடையிலும் கார்ஸ் கதீட்ரல் என்ற அந்த தேவாலயம் இன்னும் அழியாமல் மனிதனின் மதம் என்ற தீராத நம்பிக்கையைத் தன்னளவில் காத்துநிற்கிறது.

நானறிந்த வரையில் கவிஞர் ஆசை ஒரு நாத்திகர். ஆனால் ‘கல்லுக்குத் திரும்பு அம்மை’ என்ற பதிகங்களுடனும் அந்தாதியுடனும் ஒரு தொகுப்பை எழுதியிருக்கிறார் என்பது எனக்கு விநோதமாகத் தோன்றியது. அர்மீனிய அப்போஸ்தலிக் தேவாலயம் தன்னுள் வெவ்வேறு வித மதங்களையும் மார்க்கங்களையும் தாங்கி நின்றுள்ளதோ அதுபோன்றே தில்லைக்காளி பதிகமும், ஊமைக்கு வாய்கொடுத்த உத்தமராய பெருமாள் பதிகமும் கிடைத்துள்ளன. தேவாரப் பாடல்களைப் பதிகத்துக்கு உதாரணமாகவும், அந்தாதிக்கு அபிராமி அந்தாதியை உதாரணமாகவும் சொல்லாம்

இக்கவிதைகளில் தில்லைக்காளி பதிகம் சிதம்பரத்திலும், அய்யம்பாளையம் உத்தமராய பெருமாள் கோயில் பதிகம், ஆரணி அருகில் உள்ள பெரிய அய்யம்பாளையம் உத்தமராய பெருமாள் கோயில் நிலைப்படிகளுக்குள்ளாகவும் எழுதப்பட்டிருக்கின்றன.

கல்லொரு புறப்பாடு
சிலசமயம்
கல்லொரு வெளிப்பாடு
சிலசமயம்
கல்லொரு தோற்றம்
சிலசமயம்
கல்லொரு எண்ணம்
சிலசமயம்
கல்லொரு மனம்
சிலசமயம்
கல்லொரு அமைதி
இங்கே இப்போது
அமைதி குளிர்கிறது
இங்கே இப்போது.

இக்கவிதைகள் முழுக்க ஆட்கொள்ளப்பட்ட மனநிலையில் எழுதப்பட்டுள்ளன, திருத்தலத்தின் பிராகாரம், உட்பிராகாரம், மூலவர், அருட்பிரசாதம், அருட்ஜோதி என கவிஞரை ஆளுமைக்குட்படுத்திய அனைத்தும் உணர்ச்சிப்பிரவாகமான மொழியில் வெளிப்பட்டுள்ளன. போற்றிப்பாடலுக்கும் பதிகத்துக்கும் உள்ள வித்தியாசம் மொழிதான். ஒரு கடவுள் மறுப்பாளர் தேவார, திருவாசகப் பதிகங்களில் இருந்து கற்பது மொழியின் ஆன்மாவை. அங்கிருந்து மொழியின் திருவுருவைக் காண்பதே பேருவுகை.

மண்ணில் நல்லவண்ணம் வாழலாம் வைகலும்
எண்ணில் நல்லகதிக்கு யாதுமோர் குறைவிலைக்
கண்ணில் நல்லஃதுறுங் கழுமல வளநகர்ப்
பெண்ணில் நல்லாளொடும் பெருந்தகை இருந்ததே

என்ற ஞானசம்பந்தர் எழுதிய தேவாரப் பதிகத்தை எனது பதின்ம வயதில் வாசித்தபோது என்னால் அப்பதிகத்தில் இருந்த இறைவனாரையும் உமாதேவியையும் நினைத்துக்கொள்ள முடியவில்லை. மாறாக கழுமல வளநகர் என்ற ஊரில் இருந்த ஒரு மனம்பொருந்திய தம்பதியைக் கற்பனை செய்து பார்க்க முடிந்தது.

அம்மை சன்னிதிக்குள்
அம்மை ஒரு யாசகி
யாவரும் அங்கே யாசகரே
பெறும் சன்னிதியிலும்

அதிகம் பெறுபவள் அவளே
அருள் செய்யும் சிலிர்ப்பே
யாவினும் மிகப்பெரிது

என்ற இடத்தை கவிஞர் அடைவதை "நல்லாலொடும் பெருந்தகை" இருப்பதைக் காண முடிகிறது

குங்குமச் சன்னிதியில்
கால் வைக்கிறது மனது
காணாததைக் கண்டதுபோல்
குங்குமச் சகதியில்
விழுந்து புரள்கிறது
குங்குமப் பன்றியே
பொறாமை கொள்கிறேன்
உன் கருஞ்சிவப்பு
மேனி கண்டு

மேற்கண்ட கவிதையை வாசிக்கும்போது ஆவுடையக்காளின் "சிறுக்கி நடையும் பிடி இடையும் உடையும் கண்டு சிந்தை உருகலாமோ மனமே" வரிகள் நினைவுக்கு வந்தன.

கல்லுக்குத் திரும்புதல் பதிகத்தில்

"உன்னலங்காரம்
நாங்கள்
வெளிநிற்கிறோம்
தன்னலங்காரம்
கல்லின் வெப்பம்
கல்மனசின் குளிர்
இரண்டும்
ஆரத்தழுவி
அர்த்தநாரி நடனம் ஆடட்டும்"

என்கிறார் புதுக்கவிதை நடையில் ஆசை, தங்கத் தேருக்குத் தனி அலங்காரம் என்றார் நம்பி நவீன கவிதையில்.

புதுக்கவிதையின் மறுமலர்ச்சிக் காலத்துக்கு முன்பிருந்தவொரு மொழிநடை இக்கவிதைகளின் பின்புலமாக இருப்பதை உணரமுடிகிறது. இவற்றைப் பக்திப்பாடல்கள் என்று வரையறை செய்யமுடியாது. இவற்றில் ஒருவித நளினமான நவீனம், வேதாந்தத் தன்மையுடனான பரவச மனநிலை, அனுபூதி, தியானம் ஆகியவை உள்ளொடுங்கிக் காணப்படுகின்றன.

வெளிவருமுன்னே
அன்னையின் கண்டாமணியை
நாவால் அடிக்கிறேன்
அதில் கார்வை சுரக்கிறது
வாயதனைக் குடிக்கிறது
அம்மையின் பால்மட்டும்
மனம் வருடி
வயிற்றுக்குச் செல்வதன்
காரணமே
அந்த கார்வைதான்

என்ற கவிதை 'போதையார் பொற்கிண்ணத்தடிசில் பொல்லாதென' தொடங்கும் மற்றொறு பதிகத்தை நினைவுக்குக் கொண்டுவந்தது.

நாம் காண்பதும் உணர்வதும் நம்புவதும் என்றாவது கவிதையாகிவிடுகின்றன. சுயதர்க்கத்தோடு கவிதை எழுத இடமுண்டா என்று என்னைக் கேட்டால் உண்டு அல்லது இல்லை என்று இரண்டையும்தான் சொல்வேன். சுயதர்க்கமில்லாத உணர்வெழுச்சியில் தன் நம்பிக்கைகளுக்கு அப்பாற்பட்ட ஒரு தரிசனத்தை, ஒரு ஜீவவொளியை கவிஞன் காணமுடியும்போது அங்கு அவன் சரணாகதி அடையவும், அதிலிருந்து முற்றிலுமாக விலகவும் முடியும் என்றே கருதுகிறேன்.

ஆனால், இந்த இருபொருள் நிலை கவிஞனாக, நாத்திகனாக, இவ்வுலக இயற்கையின் முன்பு தன் ஆன்மாவை ஒப்படைக்கும் ஜீவனுக்கு சாத்தியமாகிறது. அந்த வகையில் ஆசையின் இக்கவிதைகள் கலைநுட்ப அளவுகோலை முற்றாகக் கைவிட்டு ஆத்ம தரிசனத்தை நோக்கி நகர்ந்திருப்பதை உணரலாம்.

- கவிஞர் கண்டராதித்தன்

நன்றி!

நான் நாத்திகன் என்றாலும் எனக்கு அவ்வப்போது வரும் ஆட்பட்ட மனநிலையில் காளியின் கவிதைத் தரிசனம் கிடைக்கிறது. அதன் விளைவுதான் என் 'அண்டங்காளி' (2021, டிஸ்கவரி புக் பேலஸ்) கவிதைத் தொகுப்பும் இந்தப் பதிகங்களும். தில்லைக்காளிப் பதிகங்களை தில்லைக் காளிக் கோயிலிலேயே அரை மணி நேரத்தில் எழுதினேன். அதேபோல் ஊமைக்கு வாய்கொடுத்த உத்தமராயர் பதிகத்தையும் அந்தக் கோயிலிலேயே அரைமணி நேரத்தில் எழுதினேன். அந்த வகையில் நவீன கவிதையில் ஒரு ஸ்தலத்தில் போய் எழுதப்பட்ட முதல் பதிகங்கள் இவை என்று நினைக்கிறேன்.

தில்லைக்காளி நோக்கியும் ஆரணிக்கு அருகிலுள்ள பெரிய அய்யம்பாளையத்தில் உள்ள ஊமைக்கு வாய்கொடுத்த உத்தமராயர் கோயில் நோக்கியும் என்னை ஆற்றுப்படுத்தியவர் மொழிபெயர்ப்பாளர் ஜி.குப்புசாமி. இதில், ஊமைக்கு வாய்கொடுத்த உத்தமராயர் கோயிலுக்கு அவரே என்னை அழைத்துச் சென்றார். நான் பதிகம் எழுதுவதைப் பக்கத்தில் இருந்து பார்த்தவர் அவர். ஆகவே, இந்தத் தொகுப்பை அவருக்குச் சமர்ப்பிப்பதே பொருத்தமாக இருக்கும். என்னை வழிநடத்தி, இந்தத் தொகுப்புக்குக் காரணமாக இருந்த அவருக்கு மிக்க நன்றி!

இந்தக் கவிதைகளின் உலகத்துக்குத் தொடர்புடைய ஒருவர் இதற்கு முன்னுரை தந்தால் பொருத்தமாக இருக்கும் என்று எனக்குத் தோன்றியபோது, என் முன்னே இருந்த உடனடித் தெரிவு, எனக்கு விருப்பமான கவிஞரும் நண்பருமான கண்டராதித்தன். இந்தத் தொகுப்புக்குப் பொருத்தமானதொரு முன்னுரையை அவர் எழுதித் தந்திருக்கிறார். அவருக்கு மனமார்ந்த நன்றி!

இந்தத் தொகுப்பை வெளியிட முன்வந்திருக்கும் ஸீரோ டிகிரி பதிப்பகத்தாருக்கு மிக்க நன்றி!

பகுதி – 1

தில்லைக்காளி

அம்மண மந்திரம்

அபிஷேகமற்ற
குங்குமப் பூச்சற்ற
எக்காப்புமற்ற
அம்மையின் உடலே
உலகின் யந்திரம்
அந்த யந்திரச் சுழற்சியிலும்
ஓய்விலும்
அம்மையின் அம்மணம்
அம்மணமே மந்திரம்

சான்னித்தியம்

இருப்பது அல்ல
நிகழ்வதே
சன்னதி

அதில் இருப்பதல்ல
கமழ்வதே
சான்னித்தியம்

குங்குமத் துதி

குங்குமமே முகம்
விட்ட இடமே கண்
அது பட்டு
பற்றிய இடமே
அருள்

மலமந்திரம்

பிலம்தான்
அதை நிறைப்பது மலம்தான்
அதில் நுழைவது நிர்மலம்தான்
அப்போதொளிர்வதும் மலம்தான்
மனமில்லை
மகத்துவ சக்தி
மனதுக்கில்லை

பதிகம்

சன்னிதி வழிநடைப் பதிகம்

1

அம்பாள் சன்னிதிக்கு
வருகிறேன்
முதல் முறை இன்று
சன்னிதியாய் எது இருக்கிறது
என்று பார்க்க வேண்டும்
சன்னிதியாய் எது நிறைக்கிறது
என்று உணர வேண்டும்
சன்னிதியாய்த் திரும்பி வர
வேண்டும்

2

அம்பாளின் சன்னிதிக்குச்
செல்லும் காலை
எழுப்பிவிடும் அக்காளின் கொலுசொலி
எழுப்பிவிடுகிறது
சன்னிதியின் மணியோசை

சன்னிதிக்குச் செல்லும் வழியில்
இறைந்து கிடக்கிறது
கொலுசொலி
அதில் நிறைந்து கிடக்கிறது
கண்டாமணிக் கார்வை
வழியை விழுங்கிக்கொண்டு
முன் செல்கிறேன் நான்

3

மூலவள் முலையவள்
உற்சவன் நானே
முலைக்கெல்லாம்
உடையவன்

4

இன்றுதான் தெரிந்தது எனக்கு
அம்பாள் சன்னிதியின்
பிராகாரத்திலேயே
வாழ்ந்திருக்கிறேன்
இவ்வளவு காலமாய் என்று

இன்று மூலவளை தரிசித்து
உற்சவனாய்த் திரும்பி வருவேன்

5

அம்பாள் சன்னிதிக்குச்
செல்லும் வழியே
ஒரு தம்புராதான்
எறும்பாய்த்தான்
ஊர முடியும்
அதன் நரம்பில்
நானூர்ந்த நல்லிசை
நரம்பின் முடிவில்
கார்வையாகி
சன்னிதியை நிறைக்கிறது

6

அம்பாளின் சன்னிதிக்குச் செல்கிறேன்
வெந்நீரில் குளிக்கிறேன்
வெந்நீர் என் உடலிலிருந்து
எதனை அனுப்புகிறதோ
அது தொலைவில் சன்னிதியாய்
எழுகின்றது
அதில் அம்பாள் தெளிவாய்த் தெரிகின்றாள்

7

அம்பாள் சன்னிதிக்குச்
செல்லும் வழியே தம்புரா
இம்முனைக் குடம் நான்
குடம் சிறுத்துத்
தம்புராவைச்
சுருட்டிக்கொண்டே வருகின்றேன்
முழுவதும் சுருட்டிய
கார்வையிலொரு வண்டாய்
நான் திரிகிறேன்

8

அம்பாள் உன் சன்னிதிக்கு
வருகிறேன்
எந்த எதிர்பார்ப்புமில்லை
அங்கே நான் உன்னைப் பார்ப்பேனோ
நீ என்னைப் பார்ப்பாயோ
பார்க்க மறந்து நிற்பேனோ
நீ பார்த்ததை மறைத்து நிற்பாயோ
பார்க்காதது ஏதும் நடக்குமோ
நானறியேன்

9

அம்பாள் சன்னிதி
இந்தப் பள்ளத்தாக்கின் முடிவில்தான்
இருக்கிறது

அதனுள் கொட்டும்
அருவியெல்லாம்
புகையாய்க்
குதூகலம் செய்கின்றன

கண்டதைச் சொல்ல
நீரின் மொழி
இதுவே

கண்ணின் மொழி
இதை
உண்ணல்

10

இப்பள்ளத்தாக்கின் பேரோசை
அம்பாளின் சன்னிதி
இப்பள்ளத்தாக்கின் பேரமைதி
அம்பாளின் பேரோசை

தில்லைக்காளி பதிகம்

1

அபிஷேகம் முடிந்து
அம்மைக்கு ஒப்பனை
கண்ணை மட்டும்
தொடவில்லை

ஒப்பனையெல்லாம்
அண்ட முடியாத
அண்டம் அது

அதன் முன்னே
நீண்ட வரிசை நிற்கிறது
கண்திறந்த அபிஷேகத்தில்
குளிக்கிறது

திரைபோட்டாலும்
நடை சாத்தினாலும்
நிற்காத அபிஷேகம்

❖

2

எனக்கோ கண்ணாடி இல்லாத
மங்கலான பார்வை கிடைத்தது
ஒரே ஒரு நிமிடப் பார்வை

அப்பார்வையில்
ஒப்பனை இல்லாத ஒரே இடமான
அம்மையின் கண்ணோ
கண்ணாடிபோல் காட்சியளிக்கிறது

தன் வெப்பம்
தான் தணித்து
அருளை முன்நீட்டும்
கண்ணாடியோ

முன்வெப்பம்
இருந்த இடத்திலேயே
அருளாக்கும் கண்ணாடியோ
❖

3

பதிகத்தின் முதல் கவிதை மேல்
வந்து விழுந்தது
ஒரு சாமந்திப் பூ
தரையில் ஓடும்
அம்மை அபிஷேகத் தாரையின்
நிறம்கொண்டு

அபிஷேகம்
தன்னைப் பற்றிய கவிதைக்கா
இல்லை
அபிஷேகம்
கவிதையின் முடிவா
இல்லை
அபிஷேகம்தான்
கவிதையை எழுதியதா
❖

4

வந்த நேரம்
வெகு தாமதம்

பிள்ளைகளைக் கிளப்பிக்கொண்டு
வந்ததால்
அப்படி

அபிஷேகம் இல்லாமலேயே
அவர்களும் வந்துவிட்டார்கள்

காத்திருந்ததும்
வெகு நேரம்

உச்சிக் கால பூஜையின்
கடைசி அபிஷேகம் முடிந்து
திரை திறந்து
அம்மை காட்சியளித்தது
சிறு நேரம்

பின் திரை போட
நடைசாத்த
கதவுசாத்த
துரத்தப்படுகிறோம்

கொஞ்ச நேரத்துக்கா அப்பா
இவ்வளவு தூரம்
இவ்வளவு நேரம்
என்றே சிணுங்கும்
பிள்ளைகள்

கொஞ்ச நேரம்தான்
அந்தக்
கொஞ்ச நேரத்தில்
எனக்குள் பாய்ந்தது எது

காலத்தைச் சுருக்கி விரித்துச்
சுருக்கும் இதயமல்லவா

இதயம் பெறுவது
கண நேரம்தான்
அதன் பின்
இதயத்துள் வாழ்வதென்பது
நித்தியம்
❖

5

அபிஷேகத்தின் போது
அம்மையின் வெற்றுடம்பில்
கரும் உடம்பில்
சலசலக்கிறது
ஒரு ஓடை

அம்மை உடம்பு
ஓடையின் அடித்தரையாய்
நெளிகிறது

அவள் உடலின்
இருளுக்குள்ளிருந்து
அருளைச் சுரந்தெடுக்க
எத்தனையெத்தனைதான்
அபிஷேகம்
❖

6

அம்மை சன்னிதிக்குள்
அம்மையும் ஒரு யாசகி
யாவரும் அங்கே யாசகரே
பெறும் சன்னிதியிலும்
அதிகம் பெறுபவள் அவளே
அருள் செய்யும் சிலிர்ப்பே
யாவினும் மிகப் பெரிது
❖

7

யாவரும் அருள் பாலிக்கின்றனர்
அம்மை சன்னிதிக்குள்

யாவருக்குமான
அருள்பாலிப்பு வளையம் இது

யாரோ இரு சகோதரிகள்
மாயி மகமாயி நீ சூலி
என்று பாடி அருள்பாலிக்கின்றனர்

பதின்சிறுமியொருத்தி
பச்சைப் பாவாடை யவ்வனத்தால்
அருள்பாலிக்கின்றாள்

ஒரு குடும்பம்
தேன்குழைத்த பொங்கலில்
முந்திரியை நீந்த விட்டுத்
தந்தருள்பாலிக்கின்றது

யாரோ ஒரு பெண்
செம்மதுரக் கொய்யா கொடுத்து
முருகா வாங்கிக்கொண்டாயே
என்று தொட்டு வணங்குகின்றாள்
என் குழந்தைகளின் காலை

ஒருவர் தன்னைக்
கீழே வைக்குமிடத்தில்
அருளின் கோபுரம் மேலே
எழக் கண்டேன்

அதை இச்சன்னிதிக்குள்
கண்டேன்
❖

8

உற்சவ அம்மை
முந்தியடைத்தாள்
மூலவர் அம்மை
பிந்தியடைத்தாள்
சாத்தப்பட்டது கதவு
திறக்கப்பட்டது திட்டிவாசல்
எப்போதும் உறங்காத
அம்மையின் கண்போல
❖

9

இறுதியில் என்ன செய்ய வேண்டும்

தரையில் விழுந்து கும்பிடு
என்றாள் உடலம்மை
நானொரு நாத்திகனென்று
அங்கே விளக்க நேரமில்லை
அம்மையைக் கும்பிட
நாத்திகனாயிருப்பது தடையுமில்லை

அப்படியே படுத்துவிட்டேன்
மூடிய அம்மைத் திருவுரு இதயம்
எனக்காகத் துடித்துக்கொண்டிருந்தது
தரையில்
குளிர்ந்து

அக்குளிருக்கே
இம்முழுவுடல்
நெடுவணக்கம்

அக்குளிரை உண்டு
குளிராய்
சன்னிதியிலிருந்து வெளிவருக
உடலே
❖

10

ஆறுமுகம்
அருளிடும்
அனுதினமும்
ஏறுமுகம்
என்றொரு மந்திரம்

கோயிலுக்கு வெளியே
கிடைத்தது

அம்மைக்கு
அதிலொன்றும்
பிரச்சினை இருக்காது

அதை அருளியவளே
அவள்தானே
செம்பிழம்பு பொட்டுவைத்து
பொட்டின் சுடராய்
உடல்கொண்ட யாரும்
அம்மைதானே

(தில்லைக் காளி சன்னிதியில் இயற்றிய பதிகம்)

குங்கும மந்திரப் பதிகம்

1

திரை போட்டு
உள்ளே நடப்பதென்ன
குங்கும மந்திரத்தின்
முற்றோதல்
குங்கும தியானத்தின்
ஒளி திறப்பு
குங்குமக் கலவியின்
முழு உச்சம்
குங்குமச் சொற்களின்
சாமியாட்டம்
பின்
குங்கும ஏரியின்
மடைதிறப்பு
பின்
திரைதிறப்பு

2

இன்னும்
எண்ணத்திலிருந்து
எவ்வளவு குங்குமம்
இறைக்க முடியுமோ
அவ்வளவு குங்குமம்
இறைத்து உருவாக்குகிறார்கள்
அந்தக் குங்குமக்
கலைஞர்கள்
குங்குமத்தாலொரு வேலியை
அம்மையின்
அக்கினியை
அடக்குமொரு வேலி
திமிறி மீறத் தலைப்பட்டு
வேலி மீறாக் களைப்பில்
ஓய்ந்து கிடக்கிறாள்
அம்மையின் களைப்பே
அவளருள்

3

அம்மை மனம்
குங்கும மனம்
அதில் குளிரே மணம்
அம்மை அருள்
குங்கும அருள்
செம்மையே
அவ்வருளின் ஒளி

4

அம்மைக் குளிர் மேனியில்
குங்கும தீபம்
ஏற்றி வைப்பதற்காய்
குங்கும எண்ணெய்
ஊற்றுகின்றனர்
குங்குமக் கலைஞர்கள்

வெளியொளி அண்டாத
மேனியாள்
குங்குமம்
ஒளிர்விக்கிறாள்
அவள் மேனியொளி அதுவென்று
தோற்றம் காண

5

குங்குமச் சன்னிதியில்
கால் வைக்கிறது மனது
காணாததைக் கண்டதுபோல்
குங்குமச் சகதியில்
விழுந்து புரள்கிறது
குங்குமப் பன்றியே
பொறாமை கொள்கிறேன்
உன் கருஞ்சிவப்பு
மேனிகண்டு

6

பாவிகளா
இப்படியா குங்குமம் கொண்டு
கட்டிப்போடுவீர்கள்
அவள் அருளெல்லாம்
இரண்டாம்பட்சம்தான்
ஆட்டம்தான் முக்கியம்
அவிழ்த்துவிடுங்கள் அய்யா
ஆட்டமே பேரருள்

7

குங்குமக் காட்சி
குளிரருவிக் காட்சி
குளிரருவிக் காட்சியில்
மனவீழுச்சி
மனம் வீழும்போது
குங்குமம் புகையாய்
எழுகின்றது
அதில்
மனம் எரிந்தே
கரைகின்றது

8

குங்குமக் குதூகலம்
அதன் உள்மீன் நீ
அதன் வெளித்தெறிப்பு நான்

9

குங்குமச் சன்னிதி
ஒளிவிடும் திருவீதி
திருவீதி வழிநெடுக
ஒளிநோக்கி
நெடுவரிசை
நெடுவரிசை விழிகளில்
குங்கும தீபம்
குங்கும தீபத்தின்
வழிமீது
குங்கும பவனி

10

குங்கும மந்திரம்
சன்னிதி மறைக்கும்
சான்னித்தியம் பெருக்கும்
சான்னித்திய முடிவில்
கருஞ்சிலை எழும்
உள்மனதில்
உறையும்

கல்லுக்குத் திரும்புதல் பதிகம்

1

கல்லுக்குத் திரும்பு
அம்மை
உன்னலங்காரம்
நாங்கள்
வெளிநிற்கிறோம்
தன்னலங்காரம்
கல்லின் வெப்பம்
கல்மனசின் குளிர்
இரண்டும்
ஆரத்தழுவி
அர்த்தநாரி நடனம்
ஆடட்டும்
கல் வேடிக்கை பார்க்கட்டும்
கல்லுக்குத் திரும்பு
அம்மை

2

கல்லென்பது
சொல்லுக்குத் தாய்
சொல்லாமல் நிற்கும் கோலம்
சொன்னதையும்
எடுத்துக்கொண்ட கோலம்
சொன்னது சொல்லாதது
இருப்பது இல்லாதது
எல்லாம்
உட்சுழன்று இரையும்
ஓலம்

3

கல்லொரு புறப்பாடு
சிலசமயம்
கல்லொரு வெளிப்பாடு
சிலசமயம்
கல்லொரு தோற்றம்
சிலசமயம்
கல்லொரு எண்ணம்
சிலசமயம்
கல்லொரு மனம்
சிலசமயம்
கல்லொரு அமைதி
இங்கே இப்போது
அமைதி குளிர்கிறது
இங்கே இப்போது

4

கல்துயில்
நீக்க வேண்டாம்
கல்லமைதி
கலைக்க வேண்டாம்
கல்மூச்சு கனவாகிறது
விடும் மூச்சு
வெளிநின்ற
மனமாகிறது
உறைபடு
உலகிலேயே
வழிபடல் தொடரட்டும்

5

கல்லுக்குள் அம்மையைக்
கச்சிதமாய்ப் பிடித்தது
எவர் கைகள்

எவர் கையில் அம்மை
தன்னுயிரைப் பிடித்துவைத்தாளோ
அவர் கைகள்

உயிர் தன் உடலைத் தேடும்
முயற்சியில்
சிலையாகிறது

6

அம்மை திருவுரு
முழு இதயம்
நிச்சலனமே
அதன் கோலம்
அதன் துடிப்போ
என் கண்ணுள்
அதன் வெடிப்போ
என் நெஞ்சுள்

7

கல்லே பூ
கனியே மனம்
கல்லே சுவை
அமுதின் குவை
சொல்லே மணம்
சுடரே அருள்
சுடரே அருந்தி
படரும் பெருந்தீ
அதில்
கல்லே பூ
கருகாத பூ

8

கல்லின் மேல்
எறியப்பட்ட சொற்கள்
கனியாகித் தொங்குகின்றன
அதே கனவில்
நானும் எறிகிறேன்
கனியாகித் தொங்குமோ
உன் இதயம் சென்று
தங்குமோ
ஏற்றலின்றித் திரும்புமோ
தெரியாது
இது உனை நோக்கி
எறியப்பட்ட கனி
அப்பெருமை போதும்
அது மட்டுமே
எனக்குத் தெரியும்

9

கல்லுள்ளிருந்து வீசுகிறது
ஒரு காற்று
கன்னம் தடவிச் செல்கிறது
கண்மூடிக் கொள்கிறேன்
உள்ளே
கண்திறந்து சிரிக்கிறது
கற்சிலை

10

கல்லுக்குத் திரும்பிவிட்டாள்
அம்மை
கற்சிலை ஆகிவிட்டாள்
அம்மை
சொற்சிலை செய்கின்றேன்
முன்னே
அம்மைச் சொல்
என்பதால்
சொக்கிப் போய்க்
கல்லுக்குத் திரும்பிவிட்டேன் நானும்
தன்னே

குங்கும அந்தாதி

1

அன்னைக் குங்குமப் பிரகாசம்
ஒரு சன்னிதி

உடலை நிறைப்பது
ஒரு சான்னித்தியம்

மனதில் மலர்வது
ஒரு மகத்துவ யோனி

2

மனதில் மலர்ந்த
மகத்துவ யோனி

உடலின் எல்லைகள்
விசும்பின்
எல்லையாய்
மாறிடக் கண்டேன்

உடலின் அவயவங்கள்
ஒவ்வொன்றும்
பறவையாய் மாறி
எங்கெங்கும் பறந்திடக் கண்டேன்

3

பறந்திடக் கண்டேன்
பயிர்செய் வயலெல்லாம்
விசும்பின் வளியில்

விசும்புக்குச் சிலிர்த்தாற்போல்
ஒற்றைப் புல்லாய்
மாறியது விசும்பு

அப்பசும்புல்
அசைப்பது எவ்வளி

4

வளிசெய் துருத்தியின்
வழிகேட்டுப் பறக்கிறேன்

எதிர்வளி பறத்தல்
எளிதன்று

எனினும்
அதுவொன்றே தரும்
உயிர்வளி

5

உயிர்வளி ஓசை
வெற்றிடம் செய்யும்

வெற்றிடத்துள்
பறத்தல் தேவையில்லை
இருத்தல் போதும்
இருப்பிடம் சேர்க்கும்

6

இருப்பிடம் சேர்ந்தால்
என்ன வரும்
இருப்பிடம் தன்னில்
கண்கள் என்ன காணும்

இங்கிருந்தே காண
ஆவல் துடிக்கிறது
மனதை உதைத்துப் பறக்கிறது

இருக்கும் இடத்துக்கே
இருப்பிடம் வரும்
இடமதை அழி மனமே

7

அழிந்த மனதில்
இடமிருக்காது
காலமிருக்காது என்று
அங்கிருந்தே இருப்பிடம்
சொல்வது இங்கெனக்குக்
கேட்கிறதென்றால்
இருந்த இடத்திலிருந்தே
பறக்கின்றேனா நான்
இருப்பிடத்துக்குள்

8

இருப்பிடப் பறத்தலில்
அமர மரமிருக்காது
அருந்த நீரிருக்காது
சிறகு மறைய
உடல் கரைய
இருப்பிடம் தோன்றும்
கடைசி இணுக்கும்
மறைந்த பின்

9

மறைந்த பின்
தோன்றும் இடத்தில்
நானிருக்க மாட்டேன் என்றால்
ஏனிந்தப் பறத்தல்
என்று கேட்க
இருப்பிடம் சொன்னது
மறைந்த இடத்தில்
தோன்றும் பறவையாய்
இருந்து பார் என்று

10

பாரென்று சொன்னது பார்
பார் தோன்றி மறைந்தது பார்
யாரென்று தெரியவில்லை
நானென்பது புரியவில்லை
செஞ்சுடர் சோதியெழுந்தது
கண்கள் கண்டதை நோக்கிப்
பறந்தது பறவை
அங்கே அப்படியொரு தகிதகிப்பு
அன்னைக் குங்குமப் பிரகாசம்

நடை சார்த்தல்

வெளிவரும் முன்னே
அம்மையின் கண்டாமணியை
நாவால் அடிக்கிறேன்
அதில் கார்வை சுரக்கிறது
வாயதனைக் குடிக்கின்றது
அம்மையின் பால் மட்டும்
மனம் வருடி
வயிற்றுக்குச் செல்வதன்
காரணமே
அந்தக் கார்வைதான்

மங்கல மந்திரம்

குங்குமச் செங்கோலம்
குளிர்தரு உன்கோலம்
மனதின் பிணக்கோலம்
மங்கல மணக்கோலம்

பகுதி–2

பேசுவதெல்லாம் பெருமாளே!

அய்யம்பாளையம், ஊமைக்கு வாய் கொடுத்த உத்தமராய பெருமாள் பதிகம்

1

உலகெலாம் ஓரோசை
உலகின் பெயராய் அமைந்த
பேரோசை
மனதுக்குள் குமைந்து
வாய்க்குள் சுழன்று
வெளிப்பட மறுக்கின்றது
இறுக ஒட்டிக்கொண்ட வாயைத்
துளைக்கும் வண்டே
வருக
குழலோசை இவ்வுடல்
செய்க
*

2

ஓசை எழுந்து நிற்கிறது
குன்றின் உச்சியில்
வாய்கள் வந்து நிற்கின்றன
கடுந்தவமியற்றி

கோவிந்தா
என்ற கூவலில்
அனைத்து வாயும்
ஒருசேரத் திறக்கின்றன
தனித்தனி வாய்களின்
தனித்தனி வட்டங்கள்
ஒன்றாய் இணைந்து
ஒரே தரிசனம்
எதிரொலித்து வந்து
திரும்பப் புகுந்த குரலாய்

3

சான்னித்தியம் கமழ்கிறது
அதனுடன் பேச
என் மனம் துடிக்கின்றது
சான்னித்தியம் திறக்கின்றது
அது தானாய் பேசுகின்றது
சான்னித்தியம் கேட்கின்றது
இனி பேச ஏதுமில்லை
இனி கேட்க ஏதுமில்லை
அதனால் ஊமை என்று
யாரும் இல்லை

4

மாலைகளுக்கு மத்தியிலே
முகம் மட்டும் திறப்பு

ஊமைக்கு வாய் திறக்கும் முகம்
சூடிய மாலையின்
ஒவ்வொரு மலரின் மனதையும்
திறந்துகொண்டிருக்க
சன்னிதி கமழ்ந்தது

5

நுழையுமுன் திருநங்கை
தலையில் வைத்த கை
உள்ளே ஒளிர்ந்த அமைதி
குங்குமம் திறந்த நெற்றி
யாவும் குளிர்கின்றன
குளிர்ந்தபின் பேசுவதெல்லாம்
பெருமாளே

6

ஒரு பொட்டுக் குரல் தேடிவந்து
அர்ச்சனை நடக்கிறது
அபிஷேகம் நடக்கிறது
மாவிளக்கு வைக்கிறார்கள்
பொங்கல் வைக்கிறார்கள்

பிள்ளை சிறுதேராய் ஓடுகிறது
கோயில் சுவரில் சாய்கிறது
ஒன்றுக்கு இருக்கிறது

அது பேசவே வேண்டாம்
பின் எதற்காக இதுவெல்லாம்
அதன் வழி பெருமாள்
பேசியாக வேண்டும்
அதற்காக இதுவெல்லாம்

7

ஒரே ஒரு குரல்
முதல் குரல்
அதுவே பெருமாள் குரல்
அது கேட்டுவிட்டால் போதும்
அதுவே
நித்திய நைவேத்தியம்
மற்றதெல்லாம்
வளரும் தேயும்
விரியும் ஓயும்

8

என் மனது ரொம்பவும்
பேசிவிட்டது
என் பேச்சை எடுத்துக்கொள்
பெருமாளே
யாரும்
எந்த வேண்டுதலுடனும் வராத
ஒரு குன்றின் உச்சியாய்
என் மனதை ஆக்கு

9

பெருமாள் குரலுக்குள்
இருக்கிறேன்
எனக்குத் தேவை
வாயல்ல காது
என் உடலைப் பாருங்கள்
அது பெருமாள் காது

10

நெற்றியில் நிறைவை வைத்து
அனுப்புகிறார் பெருமாள்
அதில் வழிபிடித்துக்
குன்றிலிருந்து
கீழிறங்குகிறேன்
சரியாய்
வாய் வந்துவிட்டது
பேச்சு வந்தும்
அமைதியில் நீடிக்கும்
வாய்
ஏனெனில்
குன்றின் காட்சி அகலவில்லை
இன்னும்

1979-இல் மன்னார்குடியில் பிறந்த ஆசையின் இயற்பெயர் தே. ஆசைத்தம்பி. ஆங்கில இலக்கியம் பயின்றவர். கவிஞர், புனைகதை எழுத்தாளர், அகராதியியலர், பிரதிசெம்மையாக்குநர் (எடிட்டர்), பத்திரிகையாளர், சிறார் இலக்கிய எழுத்தாளர், மொழிபெயர்ப்பாளர் என்று பல பரிமாணங்களைக் கொண்டவர். 2003-லிருந்து 2013 வரை 'க்ரியா' பதிப்பகத்தில் பணியாற்றிய இவர் 'இந்து தமிழ்' நாளிதழின் நடுப்பக்க ஒருங்கிணைப்பாளராக பணியாற்றியிருக்கிறார்.

'க்ரியாவின் தற்காலத் தமிழ் அகராதி' (விரிவாக்கப்பட்ட பதிப்பு, 2008), தமிழ் வினைச்சொற்களின் வடிவங்களுக்கான 'A Handbook of Tamil Verbal Conjugation' (2009) என்ற பெருநூல் ஆகியவற்றின் துணை ஆசிரியராகவும் ஆசை பணியாற்றியிருக்கிறார். சமூகம், இலக்கியம், வரலாறு, அறிவியல், சுற்றுச்சூழல், திரைப்படம் போன்றவை தொடர்பாக 'இந்து தமிழ்' நாளிதழில் ஆசை தொடர்ந்து நூற்றுக்கணக்கான கட்டுரைகள் எழுதியிருக்கிறார். 'இந்து தமிழ்' நாளிதழுக்காக 'தி இந்து' (ஆங்கிலம்), 'தி கார்டியன்', 'தி நியூயார்க் டைம்ஸ்' போன்ற இதழ்களிலிருந்து நூற்றுக்கணக்கான கட்டுரைகளை மொழிபெயர்த்திருக்கிறார்.

இவருடைய வலைப்பூ: writerasai.blogspot.com

மின்னஞ்சல் முகவரி: asaidp@gmail.com

ஆசையின் பிற நூல்கள்:

கவிதை:

- சித்து (2006), கொண்டலாத்தி (2010), அண்டங்காளி (2021),
- குவாண்டம் செல்ஃபி (2021), ஹே... ராவண்! (2025)

காவியம்:

- மாயக்குடமுருட்டி (2025)

சிறுகதைத் தொகுப்பு:

- உயரத்தில் ஒரு கழுவன் (2025)

மொழிபெயர்ப்பு:

- ருபாயியத், ஓமர் கய்யாம் (2010),
  (தங்க.ஜெயராமனுடன் இணைந்து மொழிபெயர்த்தது)
- அமைதி என்பது நாமே, திக் நியட் ஹான் (2018)

பிற:

- பறவைகள்: அறிமுகக் கையேடு (2013),
  (ப.ஜெகநாதனுடன் இணைந்து எழுதியது)
- என்றும் காந்தி (2019)
- இந்தப் பிரபஞ்சமே பேபல் நூலகம்தான் (2022)

விருதுகள்:

- பபாசி வழங்கிய 'கலைஞர் பொற்கிழி விருது'- 2022 (கவிதைக்காக)
- சென்னை லிட்டரெரி ஃபெஸ்டிவல் 2014ன்
  'எமெர்ஜிங் லிட்டரெரி ஐகான்-2014'
- சமயபுரம் எஸ்.ஆர்.வி. வழங்கிய 'படைப்பூக்க விருது'-2023

www.ingramcontent.com/pod-product-compliance
Lightning Source LLC
LaVergne TN
LVHW060415051026
849518LV00007B/2550
* 9 7 8 9 3 4 8 4 3 9 8 3 3 *